Kiswahili exercise book 1

Sebastian Müller

AF221026

Bibliographic information of the German National Library:

The German National Library lists this publication in the German National Bibliography; detailed bibliographic data are available on the Internet at http://dnb.dnb.de.

Bibliografische Information der Deutschen Nationalbibliothek:
Die Deutsche Nationalbibliothek verzeichnet diese Publikation in der Deutschen Nationalbibliografie; detaillierte bibliografische Daten sind im Internet über http://dnb.dnb.de abrufbar.

© 2022 Sebastian Müller

Drawings (Cover): Deodatius D. Lyimo (with kind permission of Mission EineWelt)

Production and publishing: BoD – Books on Demand, Norderstedt

ISBN: 9783752604016

FOREWORD

You have already acquired basic Kiswahili grammar and vocabulary and would like to deepen both through exercises? Then this exercise book is perfect for you. The exercise book allows you to practice the grammar and vocabulary you have learned step by step and to consolidate what you have learned.

You are reading in the first volume of the series 'Kiswahili Grammar and Vocabulary Training'. Each volume is based on the structure of the teaching materials of the language courses of Mission EineWelt 'Language Course Kiswahili' 1-4. The language course materials can be obtained directly from Mission EineWelt and are alternatively provided in the classroom courses. For more information on the courses and language course materials, see https://mission-einewelt.de. You have not attended the language course? Never mind! The exercises in this book are structured in such a way that even those who have not attended the language course can use the volume for successful training. With a basic knowledge of grammar and a dictionary at hand or an online dictionary, the vocabulary is also within reach and you can start learning.

The exercise book is specially designed for independent training. PART 1 provides you with varied exercises on grammar, vocabulary and phrases. To enable you to check your learning, in PART 2 the solutions to the exercises are also provided.

I wish you much joy and the opportunity to consolidate what you have learned through the exercises, so that a confident use of Kiswahili will enable you to have a variety of encounters. Have fun

CONTENT

PART 1 EXERCISES

1. Pronunciation

Consonants	Phonetic transcription	Pronunciation exercise
ch	[tsch] as in 'champion'	chakula (food/ dish), kuchelewa (delay)
j	within words: [dsch] as in 'joy' at the beginning of a word: [dj] as in 'Nadja'	jicho(eye), njia (path), jamani (help, my goodness)
r	with tongue tip rolled 'r'	redio (radio), umri (age)
s	[ß] as in 'set'	safi (clean), sebule (living room)
sh	[sch] as in 'shock'	sh (shool)
th	"th" as in 'think'	theluji (ice, frost), methali (proverb)
v	as in 'visit'	viatu (shoes), viti (chairs)
w	[u] as in 'water'	watu (people), walimu (teacher)
y	as in 'yes'	nyama (meat), mnyama (animal)
z	[s] as in 'rose'	Zanzibar (Zanzibar), zahanati (sick bay)

Consonants without direct equivalent in English:

dh	[th] similar to 'that'	dhambi (sin)
gh	as in (german) 'Drachen' [ch], spoken on the palate	ghafla (suddenly)
ng'	[ng] 'g'	ng'ombe (cow)
ny	[nj] as in 'Cognac'	nyasi (grass, weed)

2. Verbs

2.1. Zoezi la kwanza: Verbs – First exercise: Verbs

Unganisha misamiati na utafsiri unaofaa. – Connect the vocabulary words with the appropriate translation.

kutafsiri   (the) answering, to answer

kuandika   (the) choosing, to choose

kujibu   (the) translating, to translate

kusoma   (the) reading, to read/ (the) studying, to study

kuchagua   (the) writing, to write

2.2. Zoezi la pili: Verbs – Second exercise: Verbs

Tafsiri kwa kiingereza. – Translate into English.

-jibu   _____

-soma   _____

-andika   _____

-uliza   _____

-chagua   _____

-tafsiri   _____

2.3. Zoezi la tatu: Verbs – Third exercise: Verbs

Tunga ,infinitive ' na tafsiri. – Form the infinitive and translate.

-lala   _____

-fika   _____

-simama   _____

-rudi   _____

-acha   _____

3. The simple imperative

3.1. Zoezi la kwanza: Simple imperative – First exercise: Simple imperative

Unganisha misamiati na utafsiri unaofaa. – Connect the vocabulary words with the appropriate translation.

Cheza!	Sing! (plural)
Imba!	Bring! (plural)
Imbeni!	Play!
Tafsiri!	Translate!
Njoo!	Sing! (singular)
Nendeni!	Come!
Leteni!	Go! (plural)

3.2. Zoezi la pili: Simple imperative – Second exercise: Simple imperative

Panga: Umoja au wingi. – Assign: singular or plural.

Imba! – Tafsiri! – Imbeni! – Chezeni! – Njoo! – Njooni! – Nenda! – Lete!

Umoja – Singular	Wingi – Plural

3.3. Zoezi la tatu: Simple imperative – Third exercise: Simple imperative

Chagua utafsiri ulio sahihi. – Choose the right translation.

Chezeni! Chezo! Cheza!	Play!
Imbaba! Imba! Imbeni! Imbi!	Sing! (plural)
Imba! Omba! Amba!	Sing! (singular)
Safiri! Safrini! Tafsaru! Tafsiri!	Translate!
Kuja! Njoe! Njoo! Noja!	Come!
Endeni! Nendeni! Nende!	Go! (plural)
Letani! Letini! Letoni! Leteni!	Bring! (plural)

4. Kusalimiana na kuagana – Greetings and farewells

4.1. Zoezi la kwanza: Inaitwaje kwa Kiswahili? – First exercise: What is it called in Kiswahili?

Unganisha misamiati na utafsiri unaofaa. – Connect the vocabulary words with the appropriate translation.

a)

Habari ya kuamka?	Peaceful.
Habari za mchana?	I am fine. [I have not matter]
Habari ya asubuhi?	Are you all right?
Habari za jioni?	Good.
Nzuri!	What is the news from waking up? [News of waking up?]
Salama!	Good evening. [News of the evening?]
Hujambo?	Good morning. [News of the morning?]
Sijambo.	Good day. [News of the noon?]

b)

Umelalaje?	How did you spend the time?
Umeamkaje?	Are you all right?
Vizuri!	Cool.
Umeshindaje?	How did you wake up?
Mambo vipi?	Good [On greetings with the interrogative particle -je].
Poa.	We are fine.
Hamjambo?	How did you sleep?
Hatujambo.	What's up? [What are the affairs?]

c)

Kwema?	I accept your greeting.
Mzima?	I greet you respectfully!
Shikamoo.	Complete?/! Complete?/! (in a figurative sense: good)
Marahaba.	He/she is doing well.
Hajambo?	Good. [locality]
Hajambo.	See you, God willing.
Kwa kheri./ Kwa kherini.	Goodbye. (singluar/ plural)
Tutaonana Mungu akipenda.	Is he/she all right?

4.2. Zoezi la pili: Salamu au maagano – Second exercise: greetings or farewells

Panga salamu na maagano. – Sort the greetings and farewells.

U hali gani / Tutaonana / Habari ya kuamka / Shikamoo / Kwa kheri / Mzima / Hujambo / Baadaye

Greetings	Farewells

4.3. Zoezi la tatu: Salamu na majibu yanayofaa – Third exercise: Greetings and appropriate responses

Unganisha salamu na jibu linalofaa. – Connect the greeting with the appropriate answer.

a)

Mambo?	Vizuri.
Hujambo?	Kwa kheri.
Salama?	Salama!
Umelalaje?	Poa.
Habari za kuamka?	Nzuri.
Kwa kheri.	Sijambo.

b)

Vipi?	Vizuri.
Hamjambo?	Sijambo
Kumekucha?	Nzuri-
Umeamkaje?	Safi.
Hujambo?	Hatujambo!
Habari za jioni?	Kumekucha!

c)

Umeshindaje?	Mzima.
Hajambo.	Vizuri.
Mambo vipi?	Marahaba.
U hali gani?	Salama.
Mzima?	Hajambo.
Shikamoo.	Freshi.

5. Personal pronouns

5.1. Zoezi la kwanza: Umoja au wingi – First exercise: singular or plural

Panga: Umoja au wingi. – Match: singular or plural.

mimi / sisi / nyinyi / yeye/ wewe / wao

Umoja – Singular	Wingi – Plural

5.2. Zoezi la pili: Personal pronouns – Second exercise: Personal pronouns

Unganisha 'personal pronoun' na utafsiri unaofaa. – Connect the personal pronoun with the appropriate translation.

I	wewe
You (singular)	nyinyi
He/ She/ It	wao
We	yeye
You (plural)	mimi
They	sisi

6. Wakati uliopo 'kuwa' – Present 'to be'

6.1.1. Zoezi la kwanza: 'kuwa' – First exercise 'to be'

Unganisha 'kuwa' na utafsiri unaofaa. – Connect 'to be' with the appropriate translation.

I am	wao ni
You are (singular)	wewe ni
He/ She/ It is	nyinyi ni
We are	mimi ni
You are (plural)	yeye ni
They are	sisi ni

6.1.2. Zoezi la pili: 'kuwa' – Second exercise 'to be'

Unganisha sentensi na utafsiri unaofaa. – Connect the sentences with the appropriate translation.

a)

Mimi ni mkulima.	They are farmers.
Yeye ni mwanafunzi.	They are German.
Bibi Asha ni mama.	You are students.
Wao ni wakulima.	I am a farmer.
Nyinyi ni wanafunzi.	Bibi Asha is a mother.
Wao ni Wajerumani.	She is a student.

b)

Mini na wewe ni wanaadamu.	We are teachers.
Bi Asha na mzee Paulo ni wazee.	They are farmers.
Yeye ni mwalimu.	He/She is a teacher.
Sisi ni walimu.	Me and you, we are human beings.
Wao ni wakulima.	I am a child.
Mimi ni mtoto.	Bi Asha and Mzee Paulo are old people.

6.1.3 Zoezi la tatu 'kuwa' – Third exercise 'to be'

Tafsiri. – Translate.

a)

Mimi na wewe, sisi ni watoto. _____

Husseni ni mzee. _____

Bi Asha ni mwanamke. _____

Wewe ni mwalimu? _____

Yeye ni mwanafunzi. _____

Sisi ni Wajerumani. _____

b)

She is Tanzanian.   _____

He is a teacher.   _____

We are students.   _____

I am mother and you are father.   _____

Upendo is a child.   _____

The teacher is an old man.   _____

6.2. Kukanusha 'kuwa' – Negate 'to be'

6.2.1. Zoezi la kwanza: Kukanusha 'kuwa' – First exercise: negate 'to be'

Unganisha maneno na utafsiri unaofaa. – Connect the words with the appropriate translation.

I am not	sisi si
You are not (singular)	wewe si
He/ She/ It is not	nyinyi si
We are not	yeye si
You are not (plural)	mimi si
They are not	wao si

6.2.2. Zoezi la pili: Kukanusha 'kuwa' – Second exercise: negate 'to be'

Unganisha sentensi na utafsiri unaofaa. – Connect the sentences with the appropriate translation.

a)

Yeye si mkulima.	We are not Tanzanians.
Wao si watangazaji.	They are not teachers.
Wao si walimu.	They are not facilitators/ presenters.
Sisi si Watanzania.	He is not a farmer.

b)

Sisi si wanyama.	He is not a farmer.
Wao si vijana.	I am not a child.
Yeye si mkulima.	We are not animals.
Sisi si Wafaransa.	Are you farmers?
Je, nyinyi ni wakulima?	They are not young people.
Mimi si mtoto.	We are not French.

c)

Mimi ni mkulima.	You are a student.
Wewe ni mwanafunzi.	You are teachers.
Yeye ni mkulima pia.	I am a farmer.
Sisi ni wanafunzi.	They are also farmers.
Nyinyi ni walimu.	She is also a farmer.
Wao ni wakulima pia.	We are students.

6.2.3. Zoezi la tatu: Kukanusha 'kuwa' – Third exercise: Negate 'to be'

Tafsiri sentensi zifuatazo. – Translate the following sentences.

1. Mzee Hussein is not a farmer.

_____

2. Upendo is a student and not a teacher.

_____

3. Are you Tanzanians?

_____

4. He is not a teacher, he is a student.

_____

5. We are Germans, not French.

_____

7. Kujitambulisha – Introduce oneself

◀ᴼ Klaus na Baraka wanajitambulisha.

> Klaus: Unaitwa nani?
> Baraka: Ninaitwa Baraka. Wewe je?
> Klaus: Mimi ni Klaus, ninatoka Ujerumani.
> Baraka: Karibu sana, Klaus.
> Klaus: Asante, je unaishi wapi?
> Baraka: Ninaishi Iringa.
> Klaus: Unafanya kazi gani?
> Baraka: Mimi ni mkulima.
> Klaus: Nimefurahi kukufahamu.

7.1. Zoezi la kwanza: Klaus na Baraka wanajitambulisha.– First exercise: Klaus and Baraka are introducing themselves.

Unganisha sentensi na utafsiri unaofaa. – Connect the sentences with the appropriate translation.

a)

Klaus: Unaitwa nani?	I am called Baraka. And you?
Baraka: Ninaitwa Baraka. Wewe je?	You are very welcome, Klaus.
Klaus: Mimi ni Klaus, ninatoka Ujerumani.	How are you called?
Baraka: Karibu sana, Klaus.	I am Klaus, I come from Germany.

b)

Klaus: Asante, je unaishi wapi?	It has been a pleasure meeting you.
Baraka: Ninaishi Iringa.	What do you do for a living?
Klaus: Unafanya kazi gani?	I am a farmer.
Baraka: Mimi ni mkulima.	Thank you. Where do you live?
Klaus: Nimefurahi kukufahamu.	I live in Iringa.

7.2. Zoezi la pili: Klaus na Baraka wanajitambulisha.– Second exercise: Klaus and Baraka are introducing themselves.

Tafsiri sentensi zifuatazo. – Translate the following sentences.

1. Anaitwa nani?

_____

2. Unaitwa Klaus au Baraka?

_____

3. Je, unaishi Berlin au Hamburg?

_____

4. Anaishi Tanga.

_____

5. Anafanya kazi gani?

_____

6. Yeye ni mkulima.

_____

7.3. Zoezi la tatu: Klaus na Baraka wanajitambulisha.– Third exercise: Klaus and Baraka are introducing themselves.

Tafsiri na jibu maswali yafuatayo. – Translate and answer the following questions.

1. Je, Klaus anatoka wapi?

_____

2. Je, Baraka anaishi Tanga?

_____

3. Je, Baraka ni mwalimu?

_____

4. Je, Klaus anatoka Tanzania?

_____

5. Je, Baraka na Klaus ni Wakenya?

_____

7.4. Zoezi la nne: Baraka anajitambulisha.– Fourth exercise: Baraka introduces himself.

🔊 Baraka anajitambulisha. – Baraka introduces himself.

Ninaitwa Baraka.
Ninatoka Bukoba.
Ninakaa Iringa, Tanzania.
Mimi ni mkulima.
Ninapenda kucheza karata.

Unganisha sentensi na utafsiri unaofaa. – Connect the sentences with the appropriate translation.

Ninaitwa Baraka.	I am a farmer.
Ninatoka Bukoba.	I like to play cards.
Ninakaa Iringa, Tanzania.	I live in Iringa, Tanzania.
Mimi ni mkulima.	I come from Bukoba.
Ninapenda kucheza karata.	My name is Baraka.

7.5. Zoezi la tano: Baraka anajitambulisha. – Fifth exercise: Baraka introduces himself.

Tafsiri na jibu maswali yafuatayo. – Translate and answer the following questions.

1. Je Baraka anatoka wapi?

_____

2. Baraka anakaa Bukoba au Iringa?

_____

3. Je Baraka ni mkulima?

_____

4. Je Baraka anapenda nini?

_____

5. Je Baraka ni Mkenya au Mjerumani?

_____

7.6. Zoezi la sita: Baraka anajitambulisha.– Sixth exercise: Baraka introduces himself.

Tafsiri sentensi zifuatazo. – Translate the following sentences.

1. Baraka is Tanzanian.

_____

2. He comes from Bukoba but now he lives in Iringa.

_____

3. I am German. And you?

_____

4. We come from Dar es Salaam, but now we live in Dodoma.

_____

5. I am a student.

_____

7.7. Zoezi la saba: Neema anajitambulisha. – Seventh exercise: Neema introduces herself.

◀)) Neema anajitambulisha. – Neema introduces herself.

Jina langu ni Neema.
Ninatoka Mwanza.
Ninaishi Iringa, Tanzania.
Ninafanya kazi ya uwalimu.
Mimi ni mke wa Baraka.

Unganisha sentensi na utafsiri unaofaa. – Connect the sentences with the appropriate translation.

Jina langu ni Neema.	I work in teaching/ I am a teacher.
Ninatoka Mwanza.	My name is Neema.
Ninaishi Iringa, Tanzania.	I am Baraka's wife.
Ninafanya kazi ya uwalimu.	I come from Mwanza.
Mimi ni mke wa Baraka.	I live in Iringa, Tanzania.

7.8. Zoezi la nane: Neema anajitambulisha. – Eighth exercise: Neema introduces herself.

Tafsiri na jibu maswali yafuatayo. – Translate and answer the following questions.

1. Je Neema anatoka wapi?

_____

2. Neema anaishi Iringa?

_____

3. Je Neema ni mkulima?

_____

4. Je Neema ni mke wa Mzee Hussein?

_____

5. Je Neema ni Mchina?

_____

7.9. Zoezi la tisa: Neema anajitambulisha. – Ninth exercise: Neema introduces herself.

Tafsiri sentensi zifuatazo. – Translate the following sentences.

1. Neema is not German, she is Tanzanian.

---

2. She is Baraka's wife.

---

3. Are you also from Tanzania?

---

4. No, I come from Germany.

---

5. Neema is a teacher and Baraka is a farmer.

7.10. Zoezi la kumi: Upendo anajitambulisha. – Tenth exercise: Upendo introduces herself.

🔊 **Upendo anajitambulisha. – Upendo introduces itself.**

Mimi ni Upendo.
Mimi ni Mtanzania.
Ninakaa Iringa, Tanzania.
Mimi ni mtoto wa Baraka na Neema.
Mimi ni mwanafunzi.
Ninapenda sana kucheza mpira.

Mimi ni Upendo.	I live in Iringa, Tanzania.
Mimi ni Mtanzania.	I am a student.
Ninakaa Iringa, Tanzania.	I like playing ball very much.
Mimi ni mtoto wa Baraka na Neema.	I am the child of Baraka and Neema.
Mimi ni mwanafunzi.	I am Upendo.
Ninapenda sana kucheza mpira.	I am Tanzanian.

7.11. Zoezi la kumi na moja: Upendo anajitambulisha. – Eleventh exercise: Upendo introduces herself.

Tafsiri na jibu maswali yafuatayo. – Translate and answer the following questions.

1. Je, mtoto wa Baraka na Neema anaitwa nani?

   _____

2. Upendo anaishi Dar es Salaam?

   _____

3. Je, Upendo ni Mkenya?

   _____

4. Je, Upendo anapenda sana kucheza mpira?

   _____

5. Je, Upendo ni mtoto wa Bi Asha na Mzee Hussein?

   _____

7.12. Zoezi la kumi na mbili: Upendo anajitambulisha.– Twelfth exercise: Upendo introduces herself.

Tafsiri sentensi zifuatazo. – Translate the following sentences.

1. Upendo is Tanzanian?

---

2. Does Upendo like to play cards or does she like to play ball a lot?

---

3. Upendo is from Iringa and lives in Iringa?

---

4. Upendo is not a teacher, she is a student.

---

5. Upendo is not the child of Mzee Hussein and Bi Asha, but of Baraka and Neema?

7.13. Zoezi la kumi na tatu: Kujitambulisha – Thirteenth Exercise: Introducing Yourself

Tumia jedwali kutunga sentensi. – Use the table to form sentences.

	nafsi	jina	nchi	nyumbani	kazi
1	mimi	Klaus	Ujerumani	München	mwalimu
2	mimi	Daniel	Ujerumani	Augsburg	mwalimu
3	yeye	Klaudia	Tanzania	Arusha	mkulima
4	Sisi	Pedro / Maria	Mzumbiji	Maputo	mwanafunzi wa chuo kikuu
5	wao	Luis / Hanna	Ufaransa	Lyon	wanafunzi

1. Mimi ni Klaus. (Mimi) ninatoka Ujerumani. (Mimi) ninakaa München. Mimi ni mwalimu.

2.

_____

3.

_____

4.

_____

5.

_____

8. Nominal classes 1 (ki/vi and m/wa)

8.1. Zoezi la kwanza: Nominal classes 1 [ki/vi]. – First exercise: nominal classes 1 [ki/vi]

Unganisha neno na utafsiri unaofaa. – Connect the word with the appropriate translation.

a)

kitu	chair
kisosi	toilet
choo	saucer
kitanda	scarf
kiti	potato
kinu	mortar and pestle
kiazi	room
kitambaa	thing
chumba	bed

b)

kitabu	island
kikapu	spoon
kidole	basket
chandarua	finger
kijiko	chest
kichwa	mosquitonet
kifua	book
kisiwa	head

c)

kiingereza	piece
kiatu	knief
kijerumani	German
kipande	Swahili
kisu	English
chakula	claypot
kiswahili	dish, food
chungu	shoe

8.2. Zoezi la pili: Nominal classes 1 [ki/vi] – Second exercise: Nominal classes 1 [ki/vi]

Panga: Umoja au wingi. – Assign: singular or plural.

vitu, choo, kiti, vyumba, kinu, vyandarua, viti, kitanda, vipande, kisosi, visosi, viazi, kisiwa, kikapu, vitabu, vyakula, chumba, vyoo, kitambaa

Umoja – Singular	Wingi – Plural

32

8.3. Zoezi la tatu: Nominal classes 1 [ki/vi] – Third exercise: Nominal classes 1 [ki/vi]

Tunga wingi, halafu tafsiri. – Form the plural, then translate.

kiti   _____

kichwa   _____

kiazi   _____

kichwa   _____

kisiwa   _____

chandarua   _____

kitabu   _____

kisu   _____

choo   _____

kijiko   _____

chumba   _____

kidole   _____

kitambaa   _____

kiatu   _____

chakula   _____

8.4. Zoezi la nne: Nominal classes 1 [m/wa] – Fourth exercise: Nominal classes 1 [m/wa]

Unganisha neno na utafsiri unaofaa. – Connect the word with the appropriate translation.

mwanadamu	cook
mpishi	artist
mwanasiasa	kindergarten teacher
mkunga	soldier
mfanyabiashara	trader, businessman/woman
msanii	sick person
mwalimu wa chekechea	human, people
mgonjwa	politicians
mwanajeshi	midwife

8.5. Zoezi la tano: Nominal classes 1 [m/wa] – Fifth exercise: Nominal classes 1 [m/wa]

Panga: Umoja au wingi. – Assign: singular or plural.

wanyama; waganga, mhasibu, mwanasheria, mwinjilisti, wanasheria, muhandisi, mgeni, wachungaji, mlevi, mzungu, wahudumu, mtangazaji, wenyeji, wadudu, wajinga, mwandishi wa habari, Mhindi, wenyeji

Umoja – Singular	Wingi – Plural

8.6. Zoezi la sita: Nominal classes 1 [m/wa] – Sixth exercise: Nominal classes 1 [m/wa]

Tafsiri sentensi zifuatazo. – Translate late the following sentences.

1. Mimi ni Mchina.

_____

2. Yeye si Mjerumani.

_____

3. Mimi ni mwalimu.

_____

4. Sisi ni wakulima.

_____

5. Yeye si mtoto.

_____

6. Sisi ni Wajerumani.

_____

7. Wewe ni mwanfunzi?

_____

8. Mimi si mvuvi, mimi ni mhandisi.

_____

9. Genitive construction

9.1. Zoezi la kwanza: Genitive construction – First exercise: genitive construction

Unganisha sentensi na utafsiri unaofaa. – Connect the sentences with the appropriate translation.

The cook's clay pot	kiti cha wageni
The reporter	viatu vya mkulima
The guest chair	watu wa Ufaransa
The farmer's shoes	chungu cha mpichi
The people of France; the French	chakula cha mchana
Lunch	mwandishi wa habari

9.2. Zoezi la pili: Genitive construction – Second exercise: Genitive construction

Tafsiri maneno yafuatayo. – Translate the following words.

1. kiti cha mwalimu

_____

2. vikapu vya mama

_____

3. vijiko vya wanafunzi

_____

4. visiwa vya Tanzania

_____

5. viatu vya wakulima

9.3. Zoezi la tatu: Genitive construction – Third exercise: Genitive construction

Tunga wingi, halafu tafsiri. – Form the plural, then translate.

a)

kiti cha mwalimu _____

kisiwa cha Kenya _____

kiatu cha mtoto _____

kichwa cha mnyama _____

chungu cha mpishi _____

b)

mwalimu wa shule _____

mwanafunzi wa chekechea _____

mtu wa Ujerumani _____

mpishi wa shule _____

mnyama wa Tanzania _____

10. Wakati uliopo 'kuwa na' – Present 'to have'

10.1. Zoezi la kwanza: 'kuwa na'– First exercise: 'to have'

Unganisha 'kuwa na' na 'kutokuwa na' na utafsiri unaofaa. – Connect 'have' and 'have not' with the appropriate translation.

a)

I have (am with)	wana
You have (are with)	tuna
He/ She/ It has (is with)	mna
We have (are with)	una
You have (are with)	ana
They have (are with)	nina

b)

I have not (am not with)	hatuna
You have not (are not with)	hawana
He/ She/ It has not (is not with)	sina
We have not (are not with)	huna
You have not (are not with)	hana
They have not (are not with)	hamna

10.2. Zoezi la pili: 'kuwa na' – Second exercise: 'to have'

Tafsiri sentensi zifuatazo. – Translate the following sentences.

1. Mwalimu hana kiti.

_____

2. Je, kiti kina mtu?

_____

3. Hapana, kiti hakina mtu, karibu.

_____

4. Je, una kaka au dada?

_____

5. Sina kaka wala dada.

_____

6. Hatuna vijiko wala visu nyumbani.

_____

7. Wanafunzi wana vitabu?

_____

8. Je, una vikapu?

_____

9. Mimi sina vikapu.

_____

10. Lakini nina vyungu.

_____

11. Viazi vina vidole?

_____

12. Hapana, viazi havina vidole!

_____

13. Watu na wanyama wana vidole.

_____

10.3. Zoezi la tatu: 'kuwa na' – Third exercise: 'to have'

Soma ujumbe ufuatao na chagua majibu yaliyo sahihi. – Read the following text and choose the correct answers.

Nyumbani kwa Josephine
Jina langu ni Josephine. Nina miaka tisa. Nina kaka. Sina dada. Sina watoto, mimi ni mtoto! Nyumbani tuna vitu vingi. Jikoni tuna vyungu, vijiko, visu na vikombe. Katika vyumba vya kulala tuna vitanda na vyandarua.

Je, Josephine ana miaka kumi?	a) Ndiyo, Josephine ana miaka kumi.
	b) Josephine ana miaka tisa, si miaka kumi.
	c) Josephine ana tisa.
Josephine ana kaka?	a) Josephine hana kaka, lakini ana dada.
	b) Josephine ni kaka.
	c) Ndiyo, Josephine ana kaka.

Josephine hana dada, sahihi?	a) Josephine ana dada na kaka.
	b) Si sahihi, Josephine ana dada.
	c) Ni sahihi, Josephine hana dada.
Josephine ni mama na ana watoto?	a) Josephine si mama, Josephine ni mtoto.
	b) Josephine ana mama na ni mama.
	c) Yeye hana watoto, yeye ni mtoto.
Jikoni wana vitu gani?	a) Jikoni wana vyungu, vijiko, vitabu na vikombe.
	b) Hawana jiko.
	c) Jikoni wana vyungu, vijiko, visu na vikombe.
Katika chumba cha kulala wana vitu gani?	a) Katika chumba cha kulala hawana vitu.
	b) Katika chumba cha kulala wana vitanda na vyandarua.
	c) Katika chumba cha kulala wana kitanda tu.

11. Sentence formation with subject and predicate

11.1. Zoezi la kwanza: 'Sentence formation with subject and predicate' – First exercise: 'Sentence formation with subject and predicate'

Unganisha sentensi na utafsiri unaofaa. – Connect the sentences with the appropriate translation.

a)

I am singing.	Wanaimba.
You are singing. (singluar)	Anaimba.
He/ She/ It is singing.	Ninaimba.
We are singing.	Unaimba.
You are singing. (plural)	Tunaimba.
They are singing.	Mnaimba.

b)

I am playing.	Wanacheza.
You are playing. (singluar)	Mnacheza.
He/ She/ It is playing.	Tunacheza.
We are playing.	Anacheza.
You are playing. (plural)	Unacheza.
They are playing.	Ninacheza.

c)

I am going.	Anatembea.
You are going. (singluar)	Unatembea.
He/she/it is going.	Tunatembea.
We are going.	Mnatembea.
You are going. (plural)	Wanatembea.
You are going.	Ninatembea.

d)

I am talking.	Mnaongea.
You are talking. (singluar)	Tunaongea.
He/ She/ It is talking.	Ninaongea.
We are talking.	Wanaongea.
You are talking. (plural)	Unaongea.
They are talking.	Anaongea.

e)

I am cooking.	Unapika.
You are cook. (singluar)	Ninapika.
He/ She/ It is cooking.	Anapika.
We are cooking.	Mnapika.
You are cooking. (plural)	Tunapika.
They are cooking.	Wanapika.

f)

I am thinking.	Unafikiri.
You're thinking. (singluar)	Mnafikiri.
He/ She/ It is thinking.	Anafikiri.
We are thinking.	Wanafikiri.
You are thinking. (plural)	Ninafikiri.
They are thinking.	Tunafikiri.

11.2. Zoezi la pili: 'Sentence formation with subject and predicate' – Second exercise: 'Sentence formation subject & predicate'

Unganisha sentensi na utafsiri unaofaa. – Connect the sentences with the appropriate translation.

a)

I sang.	Aliimba.
You sang. (singluar)	Mliimba.
He/ She/ It sang.	Tuliimba.
We sang.	Niliimba.
You sang. (plural)	Waliimba.
They sang.	Uliimba.

b)

I played.	Walicheza.
You played. (singluar)	Mlicheza.
He/ She/ It played.	Tulicheza.
We played.	Alicheza.
You played. (plural)	Ulicheza.
They played.	Nilicheza.

c)

I went.	Tulitembea.
You left. (singluar)	Mlitembea.
He/ She/ It went.	Walitembea.
We went.	Nilitembea.
You went. (plural)	Ulitembea.
They left.	Alitembea.

d)

I spoke.	Uliongea.
You spoke. (singluar)	Niliongea.
He/ She/ It spoke.	Aliongea.
We spoke.	Mliongea.
You spoke. (plural)	Waliongea.
They spoke.	Tuliongea.

e)

I cooked.	Ulipika.
You cooked. (singluar)	Nilipika.
He/ She/ It cooked.	Alipika.
We cooked.	Mlipika.
You cooked. (plural)	Walipika.
They cooked.	Tulipika.

f)

I thought.	Nilifikiri.
You thought. (singluar)	Alifikiri.
He/ She/ It thought.	Ulifikiri.
We thought.	Mlifikiri.
You thought. (plural)	Walifikiri.
They thought.	Tulifikiri.

11.3. Zoezi la tatu: 'Sentence formation with subject and predicate' – Third exercise: 'Sentence formation subject & predicate'

Unganisha sentensi na utafsiri unaofaa. – Connect the sentences with the appropriate translation.

a)

I will sing.	Mtaimba.
You will sing.	Wataimba.
He/ She/ It will sing.	Tutaimba.
We will sing.	Ataimba.
You will sing.	Nitaimba.
They will sing.	Utaimba.

b)

I will play.	Utacheza.
You will play.	Atacheza.
He/ She/ It will play.	Tutacheza.
We will play.	Nitacheza.
You will play.	Watacheza.
They will play.	Mtacheza.

c)

I will go.	Utatembea.
You will go.	Watatembea.
He/ She/ It will go.	Nitatembea.
We will go.	Mtatembea.
You will go.	Tutatembea.
They will go.	Atatembea.

d)

I will speak.	Wataongea.
You will speak.	Mtaongea.
He/ She/ It will speak.	Ataongea.
We will speak.	Utaongea.
You will speak.	Tutaongea.
They will speak.	Nitaongea.

e)

I will cook.	Mtapika.
You will cook.	Nitapika.
He/ She/ It will cook.	Utapika.
We will cook.	Atapika.
You will cook.	Watapika.
They will cook.	Tutapika.

f)

I will think.	Tutafikiri.
You will think.	Mtafikiri.
He/ She/ It will think.	Utafikiri.
We will think.	Nitafikiri.
You will think.	Watafikiri.
They will think.	Atafikiri.

11.4. Zoezi la nne: 'Sentence formation with subject and predicate' – Fourth exercise: 'Sentence formation subject & predicate'

Unganisha sentensi na utafsiri unaofaa. – Connect the sentences with the appropriate translation.

a)

I have sung.	Umeimba.
You have sang.	Tumeimba.
He/ She/ It has sung.	Wameimba.
We have sung.	Nimeimba.
You have sung.	Mmeimba.
They have sang.	Ameimba.

b)

I have played.	Umecheza.
You have played.	Amecheza.
He/ She/ It has played.	Nimecheza.
We played.	Mmecheza.
You have played.	Wamecheza.
They have played.	Tumecheza.

c)

I will go.	Tumetembea.
You will go.	Ametembea.
He/ She/ It will go.	Umetembea.
We will go.	Wametembea.
You will go.	Nimetembea.
They will go.	Mmetembea.

d)

I have spoken.	Umeongea.
You have spoken.	Ameongea.
He/ She/ It has spoken.	Mmeongea.
We have spoken.	Nimeongea.
You have spoken.	Tumeongea.
They have spoken.	Wameongea.

e)

I have cooked.	Nimepika.
You have cooked.	Umepika.
He/ She/ It has cooked.	Wamepika.
We have cooked.	Amepika.
You have cooked.	Tumepika.
They have cooked.	Mmepika.

f)

I have thought.	Mmefikiri.
You have thought.	Nimefikiri.
He/ She/ It has thought.	Wamefikiri.
We have thought.	Umefikiri.
You have thought.	Tumefikiri.
They have thought.	Amefikiri.

11.5. Zoezi la tano: 'Sentence formation with subject and predicate' – Fifth exercise: 'Sentence formation subject & predicate'

Unganisha sentensi na utafsiri unaofaa. – Connect the sentences with the appropriate translation.

a)

I am singing.	Nimeimba.
I will sing.	Niliimba.
I have sung.	Ninaimba.
I sang.	Nitaimba.

b)

You are playing.	Utacheza.
You will play.	Unacheza.
You have played.	Ulicheza.
You played.	Umecheza.

c)

He/ She/ It is going.	Atatembea.
He/ She/ It will go.	Anatembea.
He/ She/ It has gone.	Alitembea.
He/ She/ It went.	Ametembea.

d)

We are speaking.	Tutaongea.
We will speak.	Tumeongea.
We have spoken.	Tuliongea.
We spoke.	Tunaongea.

e)

You are cooking.	Mtapika.
You will cook.	Mmepika.
You have cooked.	Mnapika.
You cooked.	Mlipika

f)

They are thinking.	Wamefikiri.
They will think.	Walifikiri.
They thought.	Watafikiri.
They thought.	Wanafikiri.

11.6. Zoezi la sita: 'Sentence formation with subject and predicate' – Sixth exercise: 'Sentence formation subject & predicate'

Tafsiri sentensi zifuatazo. – Translate the following sentences.

1. Nimeimba wimbo.

_____

2. Umecheza karata?

_____

3. Mlipika chakula?

_____

4. Tumeongea na wageni.

_____

5. Wamefikiri kwamba wewe ni mwalimu.

_____

6. Ametembea polepole hadi nyumbani.

_____

7. Nimeshiba.

_____

8. Amelala hadi asubuhi.

_____

9. Alisema hana viatu.

_____

10. Wamekula chakula.

_____

11.7. Zoezi la saba: 'Sentence formation with subject and predicate' – Seventh exercise: 'Sentence formation subject & predicate'

Tunga sentensi kwa kufuatilia maelezo yafuatayo. – Make sentences taking into account the following information.

	Timing	Person	Verb	Addition
1	Yesterday (jana)	we	run	a lot (nyingi)
2	Yesterday	we	sleep	early
3	The day before yesterday (juzi)	he	leave, go	outside in the evening

4	Today (leo)	they	visit	Germany
5	Now (sasa)	we	unterstand	
6	Tomorrow (kesho)	you (pl.)	repeat	exercise
7	The day before yesterday (juzi)	you (sing.)	cook	food?
8	Just now [sasa hivi]	you (sing.)	answer	question
9	Tomorrow	I	come	home
10	The day after yesterday (kesho kutwa)	I	read/study	a book

1. Jana tulitembea nyingi.

2.

_____

3.

_____

4.

_____

5.

_____

6.

_____

7.

_____

8.

_____

9

_____

10

_____

12. Possessive pronouns

12.1. Zoezi la kwanza: 'Possessive pronouns' – First exercise: 'Possessive pronouns'

Unganisha neno na utafsiri unaofaa. – Connect the word with the appropriate translation.

a) ki/vi class singular

my	chetu
your	chao
his/her	chako
our	changu
your	chenu
their	chake

b) ki/vi class plural

my	vyenu
your	vyangu
his/her	vyako
our	vyake
your	vyetu
their	vyao

c) m/wa [watu] class (singular and plural)

my	wao
your	wenu
his/her	wetu
our	wangu
your	wako
their	wake

12.2. Zoezi la pili: 'Possessive pronouns' – Second exercise: 'Possessive pronouns'

Tafsiri, halafu tunga wingi na tafsiri pia. – Translate, then form the plural and translate that too.

a)

kikombe changu _____

mtoto wangu _____

kikapu changu _____

mwalimu wangu _____

b)

chandarua chako   _____

mwanafunzi wako   _____

kidole chako   _____

mnyama wako   _____

c)
kiazi chake   _____

mpishi wake   _____

chumba chake   _____

mgeni wake   _____

d)
kitanda chetu   _____

mgeni wetu   _____

kitambaa chetu   _____

msanii wetu   _____

e)
chumba chenu   _____

mchungaji wenu   _____

kichwa chenu   _____

mwanasheria wenu   _____

f)

kisu chao   _____

mkunga wao   _____

kipande chao   _____

mhudumu wao   _____

12.3. Zoezi la tatu: 'Possessive pronouns' – Third exercise: 'Possessive pronouns'

Chagua utafsiri ulio sahihi. – Connect the sentences with the correct translation.

Kisu chake kimeanguka.	His/Her teacher has arrived.
Kipande changu kimepotea.	The thief entered the room.
Chungu chao kimevunjika.	The employee works at home.
Mwalimu wake amefika.	His/her knife has fallen down.
Walimu wake walirudi.	Their spoons are expensive.
Mhudumu anafanya kazi nyumbani.	Their clay pot is broken.
Vijiko vyao vina bei.	My part/share has been lost.
Mwizi aliingia chumbani.	His/her teachers came back.

12.4. Zoezi la nne: 'Possessive pronouns' – Fourth exercise: 'Possessive pronouns'

Tafsiri sentensi zifuatazo. – Translate the following sentences.

1. Visu vyake vina bei.

_____

2. Chakula chao ni viazi tu.

_____

3. Chungu chetu kimepotea.

_____

4. Kesho walimu wetu watafundisha tena.

_____

5. Wanafunzi wao wamerudi nyumbani.

_____

6. Wahudumu wamemaliza kazi.

_____

7. Nina vijiko vyako na kisu chako.

_____

8. Mwizi alitoka chumbani.

_____

9. Wazazi wako wanatoka wapi?

_____

PART 2 – SOLUTIONS

1. Pronunciation

Consonants	Phonetic transcription	Pronunciation exercise
ch	[tsch] as in 'champion'	chakula (food/ dish), kuchelewa (delay)
j	within the word: [dsch] as in 'joy' at the beginning of a word: [dj] as in 'Nadja'	jicho(eye), njia (path), jamani (help, my goodness)
r	with tongue tip rolled 'r'	redio (radio), umri (age)
s	[ß] as in 'set'	safi (clean), sebule (living room)
sh	[sch] as in 'shock'	sh (shool)
th	"th" as in 'think'	theluji (ice, frost), methali (proverb)
v	as in 'visit'	viatu (shoes), viti (chairs)
w	[u] 'water'	watu (people), walimu (teacher)
y	as in 'yes'	nyama (meat), mnyama (animal)
z	[s] as in 'rose'	Zanzibar (Zanzibar), zahanati (sick bay)

Consonants without direct equivalent in English:

dh	[th] similar to 'that'	dhambi (sin)
gh	as in (german) 'Drachen' [ch], spoken on the palate	ghafla (suddenly)
ng'	[ng] 'g'	ng'ombe (cow)
ny	[nj] as in 'Cognac'	nyasi (grass, weed)

2. Verbs

2.1. Zoezi la kwanza: Verbs – First exercise: verbs

kutafsiri	(the) answering, to answer
kuandika	(the) choosing, to choose
kujibu	(the) translating, to translate
kusoma	(the) reading, to read/ (the) studying, to study
kuchagua	(the) writing, to write

2.2. Zoezi la pili: verbs – Second exercise: verbs

-jibu	answer, reply
-soma	read
-andika	write
-uliza	ask
-chagua	choose
-tafsiri	translate

2.3. Zoezi la tatu: Verbs – Third exercise: Verbs

-lala	kulala (to sleep, the sleeping)
-fika	kufika (to arrive, the arrival)
-simama	kusimama (to stand, the standing)
-rudi	kurudi (to return, the returning)
-acha	kuacha (to refrain, the refraining)

3. The simple imperative

3.1. Zoezi la kwanza: Simple imperative – First exercise: Simple imperative

Cheza!	Play!
Imba!	Sing!
Imbeni!	Sing! (plural)
Tafsiri!	Tranlate!
Njoo!	Come!
Nendeni!	Leave/ Go! (plural)
Leteni!	Bringt!

61

3.2. Zoezi la pili: Simple imperative – Second exercise: Simple imperative

Umoja – Singular	Wingi – Plural
Imba!	Imbeni!
Tafsiri!	Chezeni!
Njoo!	Njooni!
Nenda!	
Lete!	

3.3. Zoezi la tatu: Simple imperative – Third exercise: Simple imperative

Cheza!	Play!
Imbeni!	Sing! (plural)
Imba!	Sing! (singular)
Tafsiri!	Translate!
Njoo!	Come!
Nendeni!	Go! (plural)
Leteni!	Bring! (plural)

4. Kusalimiana na kuagana – Greetings and farewells

4.1. Zoezi la kwanza: Inaitwaje kwa Kiswahili? – First exercise: What is it called in Kiswahili?

a)

Habari ya kuamka?	What is the news from waking up? [News of waking up?]
Habari za mchana?	Good day. [News of the noon?]
Habari ya asubuhi?	Good morning. [News of the morning?]
Habari za jioni?	Good evening. [News of the evening?]
Nzuri!	Good
Salama!	Peaceful.
Hujambo?	Are you all right?
Sijambo.	I am fine. [I have not matter]

b)

Umelalaje?	How did you sleep?
Umeamkaje?	How did you wake up?
Vizuri!	Good [On greetings with the interrogative particle -je].
Umeshindaje?	How did you spend the time?
Mambo vipi?	What's up? [What are the affairs?]
Poa.	Cool.
Hamjambo?	Are you all right?
Hatujambo.	We are fine.

c)

Kwema?	Good. [locality]
Mzima?	Complete?/! Complete?/! (in a figurative sense: good)
Shikamoo.	I greet you respectfully!
Marahaba.	I accept your greeting.
Hajambo?	Is he/she all right?
Hajambo.	He/she is doing well.
Kwa kheri./ Kwa kherini.	Goodbye. (singluar/ plural)
Tutaonana Mungu akipenda.	See you, God willing.

4.2. Zoezi la pili: Salamu au maagano – Second exercise: greetings or farewells

Greetings	Farewell
U hali gani	Tutaonana
Habari ya kuamka	Kwa kheri
Shikamoo	Baadaye
Mzima	
Hujambo	

63

4.3. Zoezi la tatu: Salamu na majibu yanayofaa – Third exercise: Greetings and appropriate responses

a)

Mambo?	Poa.
Hujambo?	Sijambo.
Salama?	Salama!
Umelalaje?	Vizuri.
Habari za kuamka?	Nzuri.
Kwa kheri.	Kwa kheri.

b)

Vipi?	Safi.
Hamjambo?	Hatujambo!
Kumekucha?	Kumekucha!
Umeamkaje?	Vizuri.
Hujambo?	Sijambo.
Habari za jioni?	Nzuri.

c)

Umeshindaje?	Vizuri.
Hajambo?	Hajambo.
Mambo vipi?	Freshi.
U hali gani?	Salama.
Mzima?	Mzima.
Shikamoo.	Marahaba.

5. Personal pronouns

5.1. Zoezi la kwanza: Umoja au wingi – First exercise: singular or plural

Umoja – Singular	Wingi – Plural
mimi	sisi
yeye	nyinyi
wewe	wao

5.2. Zoezi la pili: Personal pronouns – Second exercise: Personal pronouns

I	mimi
You (singular)	wewe
He/ She/ It	yeye
We	sisi
You (plural)	nyinyi
They	wao

6. Wakati uliopo 'kuwa' – Present 'to be'

6.1.1. Zoezi la kwanza: 'kuwa' – First exercise 'to be'

I am	mimi ni
You are (singular)	wewe ni
He/ She/ It is	yeye ni
We are	sisi ni
You are (plural)	nyinyi ni
They are	wao ni

6.1.2. Zoezi la pili: 'kuwa' – Second exercise 'to be'

a)

Mimi ni mkulima.	I am a farmer.
Yeye ni mwanafunzi.	She is a student.
Bibi Asha ni mama.	Bibi Asha is a mother.
Wao ni wakulima.	They are farmers.
Nyinyi ni wanafunzi.	You are students.
Wao ni Wajerumani.	They are German.

b)

Mini na wewe ni wanaadamu.	Me and you, we are human beings.
Bi Asha na mzee Paulo ni wazee.	Bi Asha and Mzee Paulo are old people.
Yeye ni mwalimu.	He/She is a teacher.
Sisi ni walimu.	We are teachers.
Wao ni wakulima.	They are farmers.
Mimi ni mtoto.	I am a child.

6.1.3 Zoezi la tatu 'kuwa' – Third exercise 'to be'

a)

Mimi na wewe, sisi ni watoto.	Me and you, we are children.
Husseni ni mzee.	Hussein is an old man.
Bi Asha ni mwanamke.	Bi Asha is a woman.
Wewe ni mwalimu?	Are you a teacher?
Yeye ni mwanfunzi.	He is a student.
Sisi ni Wajerumani.	We are Germans.

b)

She is Tanzanian.	Yeye ni Mtanzania.
He is a teacher.	Yeye ni mwalimu.
We are students.	Sisi ni wanafunzi.
I am mother and you are father.	Mini ni mama, na wewe ni baba.
Upendo is a child.	Upendo ni mtoto.
The teacher is an old man.	Mwalimu ni mzee.

6.2. Kukanusha 'kuwa' – Negate 'to be'

6.2.1. Zoezi la kwanza: Kukanusha 'kuwa' – First exercise: negate 'to be'

I am not	mimi si
You are not	wewe si
He/ She/ It is not	yeye si
We are not	sisi si
You are not	nyinyi si
They are not	wao si

6.2.2. Zoezi la pili: Kukanusha 'kuwa' – Second exercise: negate 'to be'

a)

Yeye si mkulima.	He is not a farmer.
Wao si watangazaji.	They are not facilitators/ presenters..
Wao si walimu.	They are not teachers.
Sisi si Watanzania.	We are not Tanzanians.

b)

Sisi si wanyama.	We are not animals.
Wao si vijana.	They are not young people.
Yeye si mkulima.	He is not a farmer.
Sisi si Wafaransa.	We are not French.
Je nyinyi ni wakulima?	Are you farmers?
Mimi si mtoto.	I am not a child.

c)

Mimi ni mkulima.	I am a farmer.
Wewe ni mwanfunzi.	You are a student.
Yeye ni mkulima pia.	She is also a farmer.
Sisi ni wanafunzi.	We are students.
Nyinyi ni walimu.	You are teachers.
Wao ni wakulima pia.	They are also farmers.

6.2.3. Zoezi la tatu: Kukanusha 'kuwa' – Third exercise: Negate 'to be'

1. Mzee Hussein is not a farmer.– Mzee Hussein si mkulima.
2. Upendo is a student and not a teacher.– Upendo ni mwanafunzi na si mwalimu.
3. Are you Tanzanians?– Je, nyinyi ni watanzania?
4. He is not a teacher, he is a student. – Yeye si mwalimu, yeye ni mwanafunzi.
5. We are Germans, not French. – Sisi ni Wajerumani si Wafaransa.

7. Kujitambulisha – Introduce oneself

7.1. Zoezi la kwanza: Klaus na Baraka wanajitambulisha.– First exercise: Klaus and Baraka are introducing themselves.

a)

Klaus: Unaitwa nani?	How are you called?
Baraka: Ninaitwa Baraka. Wewe je?	I am called Baraka. And you?
Klaus: Mimi ni Klaus, ninatoka Ujerumani.	I am Klaus, I come from Germany.
Baraka: Karibu sana, Klaus.	You are very welcome, Klaus.

b)

Klaus: Asante, je unaishi wapi?	Thank you. Where do you live?
Baraka: Ninaishi Iringa.	I live in Iringa.
Klaus: Unafanya kazi gani?	What do you do for a living?
Baraka: Mimi ni mkulima.	I am a farmer.
Klaus: Nimefurahi kukufahamu.	It has been a pleasure meeting you.

7.2. Zoezi la pili: Klaus na Baraka wanajitambulisha.– Second exercise: Klaus and Baraka are introducing themselves.

1. Anaitwa nani?	What is his/her name?
2. Unaitwa Klaus au Baraka?	Are you called Klaus or Baraka?
3. Je, unaishi Berlin au Hamburg?	Do you live in Berlin or Hamburg?
4. Anaishi Tanga.	He/she lives in Tanga.
5. Anafanya kazi gani?	What work does he/she do - What does she do for a living?
6. Yeye ni mkulima.	He/she is a farmer.

7.3. Zoezi la tatu: Klaus na Baraka wanajitambulisha.– Third exercise: Klaus and Baraka are introducing themselves.

1. Je, Klaus anatoka wapi? Klaus anatoka Ujerumani.
   Where is Klaus from? Klaus comes from Germany.
2. Je, Baraka anaishi Tanga? Hapana, Baraka anaishi Iringa.
   Does Baraka live in Tanga? No, Baraka lives in Iringa.
3. Je, Baraka ni mwalimu? Hapana, Baraka si mwalimu. Yeye ni mkulima.
   Is Baraka a teacher? No, Baraka is not a teacher. He is a farmer.
4. Je, Klaus anatoka Tanzania? Hapana, Klaus anatoka Ujerumani.
   Does Klaus come from Tanzania? No, Klaus comes from Germany.
5. Je, Baraka na Klaus ni Wakenya? Hapana, Baraka ni Mtanzania na Klaus ni Mjerumani.
   Are Baraka and Klaus Kenyan? No, Baraka is Tanzanian and Klaus is German.

7.4. Zoezi la nne: Baraka anajitambulisha.– Fourth exercise: Baraka introduces himself.

Ninaitwa Baraka.	My name is Baraka.
Ninatoka Bukoba.	I come from Bukoba.
Ninakaa Iringa, Tanzania.	I live in Iringa, Tanzania.
Mimi ni mkulima.	I am a farmer.
Ninapenda kucheza karata.	I like to play cards.

7.5. Zoezi la tano: Baraka anajitambulisha. – Fifth exercise: Baraka introduces himself.

1. Je Baraka anatoka wapi? Where does Baraka come from? Baraka anatoka Bukoba. Baraka comes from Bukoba.
2. Baraka anakaa Bukoba au Iringa? Does Baraka live in Bukoba or Iringa? Baraka anakaa Iringa. Baraka lives in Iringa.
3. Je Baraka ni mkulima? Is Baraka a farmer? Ndiyo, Baraka ni mkulima. Yes Baraka is a farmer.
4. Je Baraka anapenda nini? What does Baraka like? Baraka anapenda kucheza karata. Baraka likes to play cards.
5. Je Baraka ni mkenya au Mjerumani? Is Baraka Kenyan or German? Baraka si mkenya wala Mjerumani. Baraka ni Mtanzania. Baraka is neither Kenyan nor German. Baraka is Tanzanian.

7.6. Zoezi la sita: Baraka anajitambulisha.– Sixth exercise: Baraka introduces himself.

1. Baraka is Tanzanian. Baraka ni Mtanzania.
2. He comes from Bukoba but now he lives in Iringa. (Yeye) Anatoka Bukoba, lakini sasa anaishi Iringa. / (Yeye) Anatoka Bukoba ila sasa anaishi Iringa.
3. I am German. And you? Mimi ni Mjerumani. Na wewe je?
4. We come from Dar es Salaam, but now we live in Dodoma. (Sisi) Tunatoka Dar es Salaam, lakini sasa tunaishi Dodoma. / (Sisi) Tunatoka Dar es Salaam, ila sasa tunaishi Dodoma.
5. I am a student. Mimi ni mwanafunzi.

7.7. Zoezi la saba: Neema anajitambulisha. – Seventh exercise: Neema introduces herself.

Jina langu ni Neema.	My name is Neema.
Ninatoka Mwanza.	I come from Mwanza.
Ninaishi Iringa, Tanzania.	I live in Iringa, Tanzania.
Ninafanya kazi ya uwalimu.	I work in teaching/ I am a teacher.
Mimi ni mke wa Baraka.	I am Baraka's wife.

7.8. Zoezi la nane: Neema anajitambulisha. – Eighth exercise: Neema introduces herself.

1. Je Neema anatoka wapi? Where does Neema come from?Neema anatoka Mwanza. Neema comes from Mwanza.
2. Neema anaishi Iringa? Does Neema live in Iringa? (Ndiyo), Neema anaishi Iringa. Yes, Neema lives in Iringa.
3. Je Neema ni mkulima? Is Neema a farmer? Hapana, Neema ni mwalimu. No, Neema is a teacher / Hapana Neema si mkulima, (mbali/ila) (yeye) ni mwalimu. No, Neema is not a farmer, (but) she is a teacher.
4. Je Neema ni mke wa Mzee Hussein? Is Neema the wife of Mzee Hussein? Hapana, Neema si mke wa Mzee Hussein. Neema ni mke wa Baraka. No, Neema is not the wife of Mzee Hussein. Neema is the wife of Baraka.
5. Je Neema ni Mchina? Is Neema Chinese? Hapana, Neema si Mchina. Neema ni Mtanzania. No, Neema is not Chinese. Neema is Tanzanian. / Neema si Mchina, ila/ mbali ni Mtanzania. Neema is not Chinese, but Tanzanian.

7.9. Zoezi la tisa: Neema anajitambulisha. – Ninth exercise: Neema introduces herself.

1. Neema is not German, she is Tanzanian. Neema si Mjerumani, mbali (yeye) ni Mtanzania. /Neema si Mjerumani, ila/ mbali (yeye) ni Mtanzania.

2. She is Baraka's wife. Yeye ni mke wa Baraka./ Yeye ni mke wake Baraka.
3. Are you also from Tanzania? Je, unatoka Tanzania pia?
4. No, I come from Germany. Hapana, ninatoka Ujerumani.
5. Neema is a teacher and Baraka is a farmer. Neema ni mwalimu na Baraka ni mkulima.

7.10. Zoezi la kumi: Upendo anajitambulisha. – Tenth exercise: Upendo introduces herself.

Mimi ni Upendo.	I am Upendo.
Mimi ni Mtanzania.	I am Tanzanian.
Ninakaa Iringa, Tanzania.	I live in Iringa, Tanzania.
Mimi ni mtoto wa Baraka na Neema.	I am the child of Baraka and Neema.
Mimi ni mwanafunzi.	I am a student.
Ninapenda sana kucheza mpira.	I like playing ball very much.

7.11. Zoezi la kumi na moja: Upendo anajitambulisha. – Eleventh exercise: Upendo introduces herself.

1. Je, mtoto wa Baraka na Neema anaitwa nani? What is the name of Baraka and Neema's child? Anaitwa Upendo. / Mtoto wa Baraka na Neema anaitwa Upendo. – Her name is Upendo. / The child of Baraka and Neema is called Upendo.
2. Upendo anaishi Dar es Salaam ? Does Upendo live in Dar es Salaam? Hapana, Upendo anaishi Iringa. No, Upendo lives in Iringa.
3. Je, Upendo ni Mkenya? Is Upendo Kenyan? Hapana, Upendo si Mkenya, (mbali/ ila) (yeye) ni Mtanzania. No, Upendo is not Kenyan, (but) she is Tanzanian.
4. Je, Upendo anapenda sana kucheza mpira? Does Upendo like to play ball? / Does Upendo like to play ball a lot? Ndiyo, Upendo anapenda sana kucheza mpira. Yes, Upendo likes to play ball very much.

5. Je, Upendo ni mtoto wa Bi Asha na Mzee Hussein? Is Upendo the child of Bi Asha and Mzee Hussein? Hapana, Upendo si mtoto wa Bi Asha na Mzee Hussein, (mbali/ ila) (yeye) ni mtoto wa Baraka na Neema. No, Upendo is not the child of Bi Asha and Mzee Hussein, (but) (she) is the child of Baraka and Neema.

7.12. Zoezi la kumi na mbili: Upendo anajitambulisha.– Twelfth exercise: Upendo introduces herself.

1. Upendo is Tanzanian? (Je,) Upendo ni Mtanzania?
2. Does Upendo like to play cards or does she like to play ball a lot? Upendo anapenda kucheza Karata au anapenda sana kucheza mpira.
3. Upendo is from Iringa and lives in Iringa? Upendo anatoka Iringa na anaishi Iringa.
4. Upendo is not a teacher, she is a student. Upendo si mwalimu, (yeye) ni mwanafunzi.
5. Upendo is not the child of Mzee Hussein and Bi Asha, but of Baraka and Neema. Upendo si mtoto wa Mzee Hussein na Bi Asha, (mbali/ ila) (yeye) ni mtoto wa Baraka na Neema.

7.13. Zoezi la kumi na tatu: Kujitambulisha – Thirteenth Exercise: Introducing Yourself

1. Mimi ni Klaus. (Mimi) ninatoka Ujerumani. (Mimi) ninakaa München. Mimi ni mwalimu.
2. Mimi ni Daniel. (Mimi) ninatoka Ujerumani. (Mimi) ninakaa Augsburg. Mimi ni mwalimu.
3. Yeye ni Klaudia. (Yeye) anatoka Tanzania. (Yeye) anakaa Arusha. Mimi ni mkulima.
4. Sisi ni Pedro na Maria. (Sisi) tunatoka Mzumbiji. (Sisi) tunakaa Maputo. Sisi ni mwanafunzi wa chuo kikuu.
5. 5Wao ni Luis na Hanna. (Wao) wanatoka Ufaransa. (Wao) wanakaa Lyon. Wao ni Wafaransa.

8. Nominal classes 1 (ki/vi and m/wa)

8.1. Zoezi la kwanza: Nominal classes 1 [ki/vi]. – First exercise: nominal classes 1 [ki/vi]

a)

kitu	thing
kisosi	saucer
choo	toilet
kitanda	bed
kiti	chair
kinu	mortar and pestle
kiazi	potato
kitambaa	scarf
chumba	room

b)

kitabu	book
kikapu	basket
kidole	finger
chandarua	mosquitonet
kijiko	spoon
kichwa	head
kifua	chest
kisiwa	island

c)

kiingereza	English
kiatu	shoe
kijerumani	German
kipande	piece
kisu	knief
chakula	dish, food
kiswahili	Swahili
chungu	claypot

8.2. Zoezi la pili: Nominal classes 1 [ki/vi] – Second exercise: Nominal classes 1 [ki/vi]

Umoja – Singular	Wingi – Plural
choo	vitu
kiti	vyumba
kinu	vyandarua
kitanda	viti
kisosi	vipande
viazi	visosi
kikapu	viazi
chumba	vitabu
kitambaa	vitabu
	vyoo

8.3. Zoezi la tatu: Nominal classes 1 [ki/vi] – Third exercise: Nominal classes 1 [ki/vi]

kiti	viti (chairs)
kichwa	vichwa (heads)
kiazi	viazi (potatoes)
kisiwa	visiwa (islands)
chandarua	vyandarua (mosquitonets)
kitabu	vitabu (books)
kisu	visu (knifes)
choo	vyoo (toilets)
kijiko	vijiko (spoons)
chumba	vyumba (rooms)
kidole	vidole (finger – pl.)
kitambaa	vitambaa (scarfs)
kiatu	viatu (shoes)
chakula	vyakula (dishes, food)

8.4. Zoezi la nne: Nominal classes 1 [m/wa] – Fourth exercise: Nominal classes 1 [m/wa]

mwanadamu	human
mpishi	cook
mwanasiasa	politican
mkunga	midwife
mfanyabiashara	trader, businessman/woman
msanii	artist
mwalimu wa chekechea	Kindergarten teacher
mgonjwa	sick person
mwanajeshi	soldier

8.5. Zoezi la tano: Nominal classes 1 [m/wa] – Fifth exercise: Nominal classes 1 [m/wa]

Umoja – singular	Wingi – plural
mhasibu; mwanasheria, mwinjilisti muhandisi, mgeni, mlevi, mzungu mtangazaji, mwandishi wa habari / Mhindi	wanyama, waganga, wanasheria, wachungaji, wahudumu, wenyeji, wadudu, wajinga wenyeji

8.6. Zoezi la sita: Nominal classes 1 [m/wa] – Sixth exercise: Nominal classes 1 [m/wa]

1. Mimi ni Mchina.   –   I am Chinese.
2. Yeye si Mjerumani. –   He/she is not German.
3. Mimi ni mwalimu.   –   I am a teacher.
4. Sisi ni wakulima.   –   We are farmers.
5. Yeye si mtoto.   –   He/she is not a child.
6. Sisi ni Wajerumani. –   We are Germans.
7. Wewe ni mwanfunzi? –   Are you a student?
8. Mimi si mvuvi, mimi ni mhandisi. – I am not a fisherman, I am a craftsman.

9. Genitive construction

9.1. Zoezi la kwanza: Genitive construction – First exercise: genitive construction

The cook's clay pot	chungu cha mpichi
The reporter	mwandishi wa habari
The guest chair	kiti cha wageni
The farmer's shoes	viatu vya mkulima
The people of France; the French	watu wa Ufaransa
Lunch	chakula cha mchana

9.2. Zoezi la pili: Genitive construction – Second exercise: Genitive construction

1. kiti cha mwalimu.   –   the teacher's chair
2. vikapu vya Mama   –   the mother's baskets
3. vijiko vya wanafunzi   –   the pupils' spoons
4. visiwa vya Tanzania   –   the islands of Tanzania
5. viatu vya wakulima   –   the shoes of the farmers

9.3. Zoezi la tatu: Genitive construction – Third exercise: Genitive construction

a)

kiti cha mwalimu
=> viti vya mwalimu   –   the teacher's (singluar) chairs
=> viti vya walimu   –   the teachers' (plural) chairs

kisiwa cha Kenya
=> visiwa vya Kenya   –   the islands of Kenya

kiatu cha mtoto
=> viatu vya mtoto   –   the shoes of the child
=> viatu vya watoto   –   the shoes of the children/ The children's shoes

kichwa cha mnyama
=> vichwa wa wanyama   – the heads of the animals/ the animal heads

chungu cha mpishi
=> vyungu vya mpishi   – the clay pots of the cook
=> vyungu vya wapishi.   – the clay pots of the cooks

b)
mwalimu wa shule
=> walimu wa shule   – the teachers of the school

mwanafunzi wa chekechea
=> wanafunzi wa chekechea   – the pupils of the kindergarten

=> watu wa Ujerumani   – the people of Germany/ the Germans

mpishi wa shule
=> wapishi wa shule   – the cooks of the school / The school cooks

mnyama wa Tanzania
=> wanyama wa Tanzania   – the animals of Tanzania

10. Wakati uliopo 'kuwa na' – Present 'to have'

10.1. Zoezi la kwanza: 'kuwa na'– First exercise: 'to have'

a)

I have (am with)	nina
You have (are with)	una
He/ She/ It has (is with)	ana
We have (are with)	tuna
You have (are with)	mna
They have (are with)	wana

b)

I have not (am not with)	sina
You have not (are not with)	huna
He/ She/ It has not (is not with)	hana
We have not (are not with)	hatuna
You have not (are not with)	hamna
They have not (are not with)	hawana

10.2. Zoezi la pili: 'kuwa na' – Second exercise: 'to have'

1. Mwalimu hana kiti.	The teacher has no chair (seat).
2. Je, kiti kina mtu?	Does the chair have a person? (Is the chair occupied?)
3. Hapana, kiti hakina mtu, karibu	No the chair is not occupied.
4. Je, una kaka au dada	Do you have a brother or a sister.
5. Sina kaka na sina dada	I have no brother and no sister.
6. Hatuna vijiko wala visu nyumbani.	We have neither spoons nor knives at home.
7. Wanafunzi wana vitabu?	The pupils have books.
8. Je, una vikapu?	Do you have baskets?
9. Mimi sina vikapu.	I have no baskets.
10. Lakini nina vyungu.	But I have clay pots.
11. Viazi vina vidole?	Do potatoes have fingers?
12. Hapana, viazi havina vidole!	No, potatoes don't have fingers.
13. Watu na wanyama wana vidole.	People and animals have fingers.

10.3. Zoezi la tatu: 'kuwa na' – Third exercise: 'to have'

Je, Josephine ana miaka kumi?	b) Josephine ana miaka tisa, si miaka kumi.
Josephine ana kaka?	c) Ndiyo, Josephine ana kaka.
Josephine hana dada, sahihi?	c) Ni sahihi, Josephine hana dada.

Josephine ni mama na ana watoto?	a) Josephine si mama, Josephine ni mtoto.
	c) Yeye hana watoto, yeye ni mtoto.
Jikoni wana vitu gani?	c) Jikoni wana vyungu, vijiko, visu na vikombe.
Katika chumba cha kulala wana vitu gani?	b) Katika chumba cha kulala wana vitanda na vyandarua.

11. Sentence formation with subject and predicate

11.1. Zoezi la kwanza: 'Sentence formation with subject and predicate' – First exercise: 'Sentence formation with subject and predicate'

a)

I am singing.	Ninaimba.
You singing. (singluar)	Unaimba.
He/ She/ It is singing.	Anaimba.
We are singing.	Tunaimba.
You are singing. (plural)	Mnaimba.
They are singing.	Wanaimba.

b)

I am playing.	Ninacheza.
You are playing. (singluar)	Unacheza.
He/ She/ It is playing.	Anacheza.
We are playing.	Tunacheza.
You are playing. (plural)	Mnacheza.
They are playing.	Wanacheza.

c)

I am going.	Ninatembea.
You are going. (singluar)	Unatembea.
He/she/it is going.	Anatembea.

We are going.	Tunatembea.
You are going. (plural)	Mnatembea.
You are going.	Wanatembea.

d)

I am talking.	Ninaongea.
You are talking. (singluar)	Unaongea.
He/ She/ It is talking.	Anaongea.
We are talking.	Tunaongea.
You are talking. (plural)	Mnaongea.
They are talking.	Wanaongea.

e)

I am cooking.	Ninapika.
You are cook. (singluar)	Unapika.
He/ She/ It is cooking.	Anapika.
We are cooking.	Tunapika.
You are cooking. (plural)	Mnapika.
They are cooking.	Wanapika.

f)

I am thinking.	Ninafikiri.
You're thinking. (singluar)	Unafikiri.
He/ She/ It is thinking.	Anafikiri.
We are thinking.	Tunafikiri.
You are thinking. (plural)	Mnafikiri.
They are thinking.	Wanafikiri.

11.2. Zoezi la pili: 'Sentence formation with subject and predicate' – Second exercise: 'Sentence formation subject & predicate'

a)

I sang.	Niliimba
You sang. (singluar)	Uliimba.
He/ She/ It sang.	Aliimba.
We sang.	Tuliimba.
You sang. (plural)	Mliimba.
They sang.	Waliimba.

b)

I played.	Nilicheza.
You played. (singluar)	Ulicheza.
He/ She/ It played.	Alicheza.
We played.	Tulicheza.
You played. (plural)	Mlicheza.
They played.	Walicheza.

c)

I went.	Nilitembea.
You left. (singluar)	Ulitembea.
He/ She/ It went.	Alitembea.
We went.	Tulitembea.
You went. (plural)	Mlitembea.
They left.	Walitembea.

d)

I spoke.	Niliongea.
You spoke. (singluar)	Uliongea.
He/ She/ It spoke.	Aliongea.
We spoke.	Tuliongea.
You spoke. (plural)	Mliongea.
They spoke.	Waliongea.

e)

I cooked.	Nilipika.
You cooked. (singluar)	Ulipika.
He/ She/ It cooked.	Alipika.
We cooked.	Tulipika.
You cooked. (plural)	Mlipika.
They cooked.	Walipika.

f)

I thought.	Nilifikiri.
You thought. (singluar)	Ulifikiri.
He/ She/ It thought.	Alifikiri.
We thought.	Tulifikiri.
You thought. (plural)	Mlifikiri.
They thought.	Walifikiri.

11.3. Zoezi la tatu: 'Sentence formation with subject and predicate' – Third exercise: 'Sentence formation subject & predicate'

a)

I will sing.	Nitaimba
You will sing.	Utaimba.
He/ She/ It will sing.	Ataimba.
We will sing.	Tutaimba.
You will sing.	Mtaimba.
They will sing.	Wataimba.

b)

I will play.	Nitacheza.
You will play.	Utacheza.
He/ She/ It will play.	Atacheza.
We will play.	Tutacheza.
You will play.	Mtacheza.
They will play.	Watacheza.

c)

I will go.	Nitatembea.
You will go.	Utatembea.
He/ She/ It will go.	Atatembea.
We will go.	Tutatembea.
You will go.	Mtatembea.
They will go.	Watatembea.

d)

I will speak.	Nitaongea.
You will speak.	Utaongea.
He/ She/ It will speak.	Ataongea.
We will speak.	Tutaongea.
You will speak.	Mtaongea.
They will speak.	Wataongea.

e)

I will cook.	Nitapika.
You will cook.	Utapika.

He/ She/ It will cook.	Atapika.
We will cook.	Tutapika.
You will cook.	Mtapika.
They will cook.	Watapika.

f)

I will think.	Nitafikiri.
You will think.	Utafikiri.
He/ She/ It will think.	Atafikiri.
We will think.	Tutafikiri.
You will think.	Mtafikiri.
They will think.	Watafikiri.

11.4. Zoezi la nne: 'Sentence formation with subject and predicate' – Fourth exercise: 'Sentence formation subject & predicate'

a)

I have sung.	Nimeimba
You have sang.	Umeimba.
He/ She/ It has sung.	Ameimba.
We have sung.	Tumeimba.
You have sung.	Mmeimba.
They have sang.	Wameimba.

b)

I have played.	Nimecheza.
You have played.	Umecheza.
He/ She/ It has played.	Amecheza.
We played.	Tumecheza.
You have played.	Mmecheza.
They have played.	Wamecheza.

c)

I will go.	Nimetembea.
You will go.	Umetembea.
He/ She/ It will go.	Ametembea.

We will go.	Tumetembea.
You will go.	Mmetembea.
They will go.	Wametembea.

d)

I have spoken.	Nimeongea.
You have spoken.	Umeongea.
He/ She/ It has spoken.	Ameongea.
We have spoken.	Tumeongea.
You have spoken.	Mmeongea.
They have spoken.	Wameongea.

e)

I have cooked.	Nimepika.
You have cooked.	Umepika.
He/ She/ It has cooked.	Amepika.
We have cooked.	Tumepika.
You have cooked.	Mmepika.
They have cooked.	Wamepika.

f)

I have thought.	Nimefikiri.
You have thought.	Umefikiri.
He/ She/ It has thought.	Amefikiri.
We have thought.	Tumefikiri.
You have thought.	Mmefikiri.
They have thought.	Wamefikiri.

11.5. Zoezi la tano: 'Sentence formation with subject and predicate' – Fifth exercise: 'Sentence formation subject & predicate'

a)

I am singing.	Ninaimba.
I will sing.	Nitaimba.
I have sung.	Nimeimba.
I sang.	Niliimba

b)

You are playing.	Unacheza.
You will play.	Utacheza.
You have played.	Umecheza.
You played.	Ulicheza

c)

He/ She/ It is going.	Anatembea.
He/ She/ It will go.	Atatembea.
He/ She/ It has gone.	Ametembea.
He/ She/ It went.	Alitembea.

d)

We are speaking.	Tunaongea
We will speak.	Tutaongea.
We have spoken.	Tumeongea.
We spoke.	Tuliongea.

e)

You are cooking.	Mnapika.
You will cook.	Mtapika.
You have cooked.	Mmepika.
You cooked.	Mlipika

f)

They are thinking.	Wanafikiri.
They will think.	Watafikiri.
They thought.	Wamefikiri.
They thought.	Walifikiri.

11.6. Zoezi la sita: 'Sentence formation with subject and predicate' – Sixth exercise: 'Sentence formation subject & predicate'

1. Nimeimba wimbo. – I have sung a song.
2. Umecheza karata? – Have you played cards?
3. Mlipika chakula? – Did you cook food?
4. Tumeongea na wageni. – Have you spoken to the guests?

85

5. Wamefikiri kwamba wewe ni mwalimu. – They thought that you are a teacher.
6. Ametembea polepole hadi nyumbani. [hadi – bis] – He walked slowly all the way home.
7. Nimeshiba. – Ich am full. [I have eaten enough.]
8. Amelala hadi asubuhi. – He/she has slept until the morning.
9. Alisema hana viatu. – He/she said he/she has no shoes.
10. Wamekula chakula. – You have eaten the food.

11.7. Zoezi la saba: 'Sentence formation with subject and predicate' – Seventh exercise: 'Sentence formation subject & predicate'

1. Jana tulitembea nyingi.
2. Jana tulilala mapema.
3. Juzi jioni alitoka nje.
4. Leo wanatembelea Ujerumani.
5. Sasa tunaelewa sana.
6. Kesho mtarudia mazoezi.
7. Juzi ulipika chakula?
8. Umejibu swali?
9. Kesho nitakuja nyumbani.
10. Kesho kutwa nitasoma kitabu.

12. Possessive pronouns

12.1. Zoezi la kwanza: 'Possessive pronouns' – First exercise: 'Possessive pronouns'

a) ki/vi class singular

my	changu
your	chako
his/her	chake
our	chetu
your	chenu
their	chao

b) ki/vi class plural

my	vyangu
your	vyako
his/her	vyake
our	vyetu
your	vyenu
their	vyao

c) m/wa [watu] class (singular and plural)

my	wangu
your	wako
his/her	wake
our	wetu
your	wenu
their	wao

12.2. Zoezi la pili: 'Possessive pronouns' – Second exercise: 'Possessive pronouns'

a)
kikombe changu – my cup => vikombe vyangu = my cups
mtoto wangu – my child => watoto wangu – my children
kikapu changu – my basket => vikapu vyangu – my baskets
mwalimu wangu – my teacher => walimu wangu – my teachers

b)
chandarua chako – your moskitonet => vyandarua vyako – your moskitonets
mwanafunzi wako – your student => wanafunzi wako – your students
kidole chako – your finger => vidole vyako – your fingers
mnyama wako – my animal => wanyama wako – my animals

c)
kiazi chake – his/her potato => viazi vyake – his/her potatos
mpishi wake – his/her cook => wapishi wake – his/her cooks
chumba chake – his/her room => vyumba vyake – his/her rooms
mgeni wake – his/her guest => wageni wake – his/her guests

d)
kitanda chetu – our bed => vitanda vyetu – our beds
mgeni wetu – our guest => wageni wetu – our guests
kitambaa chetu – our scarf => vitambaa vyetu – our scarfs
msanii wetu – yor artist => wasanii wetu – our artists

e)
chumba chenu – your room => vyumba vyenu – your rooms
mchungaji wenu – your pastor => wachungaji wenu – your pastors
kichwa chenu – your head => vichwa vyenu – your heads
mwanasheria wenu – your lawyer => wanasheria wenu – your lawyers

f)
kisu chao – their knief => visu vyao – their kniefs
mkunga wao – their midwife => wakunga wao – their midwifes
kipande chao – their piece => vipande vyao – their pieces
mhudumu wao – their employee => wahudumu wao – their employees

12.3. Zoezi la tatu: 'Possessive pronouns' – Third exercise: 'Possessive pronouns'

Kisu chake kimeanguka.	His/her knife has fallen down.
Kipande changu kimepotea.	My part/share has been lost.
Chungu chao kimevunjika.	Their clay pot is broken.
Mwalimu wake amefika.	His/Her teacher has arrived.
Walimu wake walirudi.	His/her teachers came back.
Mhudumu anafanya kazi nyumbani.	The employee works at home.
Vijiko vyao vina bei.	Their spoons are expensive.
Mwizi aliingia chumbani.	The thief entered the room.

12.4. Zoezi la nne: 'Possessive pronouns' – Fourth exercise: 'Possessive pronouns'

1. Visu vyake vina bei. – His/her knives are expensive.
2. Chakula chao ni viazi tu. – Their food is just potatoes.
3. Chungu chetu kimepotea. – Our clay pot has been lost.
4. Kesho walimu wetu watafundisha tena. – Our teachers will be back in class tomorrow.
5. Wanafunzi wao wamerudi nyumbani. – Your students have returned home.
6. Wahudumu wamemaliza kazi. – The employees have completed/finished the work.
7. Nina vijiko vyako na kisu chako. – I have your spoons and your knife.
8. Mwizi alitoka chumbani. – The thief left/ came out of the room.
9. Wazazi wako wanatoka wapi? – Where are your parents from?

Umefanikiwa – You have made it ☺